Thai Architecture Elements Series

DOORS & WINDOWS

Li-Zenn

Contents

Bangkok 11

Central 69

Northern 117

Northeastern 167

Southern 219

ผมและทีมงานสถาปนิกได้เขียนหนังสือชื่อ Architecture of Thailand ออกมาเมื่อ ปี พ.ศ.2549 ได้รับการตอบรับอย่างดีจากคอหนังสือทั้งชาวไทย และชาวต่างประเทศ ประสบการณ์ที่ได้รับจากการทำหนังสือเล่มนี้มีมากมาย ด้วยผมและทีมงานมีโอกาส ได้ท่องเที่ยวไปทั่วประเทศไทย ได้พบเห็นความสวยงามของสถาปัตยกรรมไทยในทุก ถิ่นแคว้นที่ได้ไปเยี่ยมเยียน ผมและคณะได้เก็บภาพถ่ายแห่งความทรงจำนี้ไว้มากมาย ส่วนหนึ่งก็ได้ถูกนำมาเป็นภาพประกอบในหนังสือ Architecture of Thailand แต่ก็ ยังมีภาพถ่ายอีกเป็นจำนวนมากยังไม่ได้นำมาพิมพ์ลงในหนังสือ สิ่งที่ได้ไปพบเห็นมานั้น เป็นความประทับใจที่ไม่เคยลืมเลือน ด้วยงานสถาปัตยกรรมในประเทศไทยมีลักษณะ ที่โดดเด่น มีเอกลักษณ์เฉพาะตัวที่ไม่เหมือนงานสถาปัตยกรรมของประเทศใดๆ ในโลก ทุกคนที่มีส่วนร่วมในการจัดทำหนังสือ Architecture of Thailand จะรู้สึกเสียใจและ เสียดายอย่างมาก ถ้าข้อมูลและภาพถ่ายที่หลงเหลืออยู่นี้ จะถูกเก็บไว้โดยไม่มีโอกาส นำมาเผยแพร่ ด้วยคุณค่าของข้อมูลเหล่านี้ ด้วยแรงศรัทธา และด้วยแรงงานและเวลา ที่ได้ร่วมทำงานกันมา เราจึงเห็นพ้องตรงกันว่า ควรทำหนังสือรวบรวมส่วนประกอบ ของงานสถาปัตยกรรมไทยต่างๆ เหล่านี้ จัดทำเป็นซีรี่ส์ต่อเนื่อง แยกเป็นหมวดหมู่ เช่น ประตู-หน้าต่าง, ผิว-เปลือกของอาคาร,บันได, ประตูรั้ว-รั้ว-กำแพง, หลังคา-หน้าบัน-หน้าจั่ว, การใช้สีในอาคาร ฯลฯ และด้วยความตั้งใจนี้ได้แยกหนังสือเป็นเล่ม ขนาดพ็อกเก็ตส์บุคส์ ให้สะดวกต่อการพกพาและนำไปใช้ประโยชน์ในโอกาสต่างๆ

เราทุกคนหวังเป็นอย่างมากว่า หนังสือประเภทนี้ จะเป็นประโยชน์ต่อสถาปนิก นิสิต นักศึกษาและผู้สนใจในงานสถาปัตยกรรมไทย ความหลากหลายที่จะได้สัมผัสในหนังสือ เหล่านี้ อาจจะยังไม่จุใจ ด้วยข้อจำกัดของหน้ากระดาษ แต่อย่างไรก็ตามเราจะพยายาม จัดพิมพ์หนังสือในลักษณะเช่นนี้ออกมาอย่างต่อเนื่องให้ได้อรรถรสที่สมบูรณ์ ขอขอบคุณ ทีมงานทุกคนที่ร่วมจัดทำ รวมทั้งบริษัท สถาปนิก 49 และบริษัท ลายเส้น พับบลิชชิ่ง ที่เห็นประโยชน์ ให้การสนับสนุนการจัดพิมพ์ในครั้งนี้

นิธิ สถาปิตานนท์

Preface

My team of architects and I published Architecture of Thailand in 2006 to a warm reception by both Thais and foreigners. We learned a lot in the process. Touring all over Thailand, we encountered beautiful examples of Thai architecture everywhere. And took countless photographs from which we selected those included in that volume.

However, many of the photographs we took could not be included in that volume. Yet what we observed during our travels so impressed us that their images will never fade in our minds because Thai architecture has so many distinctive visual elements not found anywhere else in the world. Everyone involved in the project felt it would be a matter of great regret if those photographs not included in Architecture of Thailand were just stored away and not made available to the public. Because of the value of the information gathered, the commitment involved, and the effort and time invested, our team came to a common vision: to do an ongoing series of volumes on architecture in Thailand divided into categories: doors and windows; surfaces; stair; fence gates, fences, walls; roofs, roof sculptures and gables; the use of color; etc. We further decided that doing these volumes in a pocketbook size would make it convenient to carry them along on one's travels.

Even more, we hope the diversity and variety of the contents of these volumes will prove useful to architects, students, and anyone else interested in Thai architecture. Some may feel the format is too small to do the photos justice. Be that as it may, we intend to produce these eloquent publications on a continuing basis. I would like to thank every member of our production team, as well as Architects 49 and Li-Zenn Publishing who saw the value of supporting this edition.

Nithi Sthapitanonda

ความหลากหลายของมรดกทางสถาปัตยกรรมไทยในแต่ละท้องถิ่น เกิดขึ้นจากปัจจัยหลายอย่าง ทั้งทางด้านวัสดุ ความรู้ทางเทคโนโลยีการก่อสร้าง ฝีมือช่าง วัฒนธรรม ความเชื่อ เศรษฐกิจและสภาพสังคมในยุคสมัยต่างๆ ได้หล่อหลอมผ่านกาลเวลามาเป็นเวลานาน จนเกิดเอกลักษณ์เฉพาะตัวขึ้นในแต่ละท้องถิ่น

ประตู-หน้าต่าง ถือเป็นองค์ประกอบทางสถาปัตยกรรมอย่างหนึ่ง ที่สร้างความน่าจดจำให้กับตัวอาคาร ไม่ว่าจะมองในเรื่องรูปแบบ รายละเอียด หรือประโยชน์ใช้สอย ในบางกรณีประตู-หน้าต่างกลายเป็นเอกลักษณ์ของอาคารได้ดีพอๆกับ รูปทรงของสถาปัตยกรรมนั้นๆ รูปแบบหน้าต่างทางภาคเหนือย่อมมีลักษณะเฉพาะตัว ไม่ซ้ำกับภาคใต้ หรือรูปแบบหน้าต่างของพระราชวังก็ย่อมมีรายละเอียดที่วิจิตรพิสดาร ซับซ้อนกว่าหน้าต่างบ้านทั่วๆไป นายช่างที่มีความชำนาญจะเลือกใช้องค์ประกอบที่เหมาะสมกับวัฒนธรรม ฐานะประเพณีและศักดิ์ของสถาปัตยกรรมที่ต่างกัน

การประกอบขึ้นเป็นโครงสร้างประตู-หน้าต่างแบบไทยนั้น โดยมากมักจะทำจากไม้ เพราะคุณสมบัติเฉพาะตัวที่ง่ายต่อการแปรรูป มีน้ำหนักเบา แข็งแรง สามารถรับแรงอัดและแรงดึงได้ดี ทำให้เหมาะสมและถูกเลือกใชมาโดยตลอด ประกอบกับเทคโนโลยีการก่อสร้างที่ใช้เดือยเป็นจุดหมุนบนธรณีบนและล่าง และมีกรอบเช็ดหน้า ปิดทับรอยต่อระหว่างบานหน้าต่างและผนัง ทำให้ช่องเปิดแบบไทยนั้น จำเป็นต้องเป็นบานเปิดเข้าข้างในอาคารเสมอ

นอกจากนี้ จะเห็นได้ว่าประตู-หน้าต่างก็มีส่วนเกี่ยวพันกับพิธีกรรมทางศาสนาเป็นอย่างมาก เป็นทั้งสัญลักษณ์เชื่อมโยงพื้นที่ภายในกับภายนอก แบ่งแยกความเป็นส่วนตัวกับพื้นที่สาธารณะ แบ่งแยกโลกภายในกับโลกภายนอก ด้วยความสำคัญเชิงจิตวิญญาณนี้ จึงส่งผลให้สัญลักษณ์บางอย่างถูกสร้างขึ้นมา ไม่ว่าจะเป็น เทวดา ทวารบาลที่เฝ้าประตู นักรบเซี่ยวกางแบบจีน หรือตัวนาคเฝ้าบันไดทางขึ้น ตลอดจนหำยนต์แกะสลักลวดลายบนช่องประตูเรือนทางภาคเหนือ เพื่อเป็นเครื่องหมายป้องกันภูตผี และสิ่งชั่วร้ายอาคมต่างๆ ที่จะรุกล้ำเข้ามาในอาคาร ความเชื่อเช่นนี้มีให้เห็นในหลายๆประเทศ ตลอดทั่วทุกภูมิภาค ไม่จำกัดเฉพาะในประเทศไทยเท่านั้น

แม้ในปัจจุบันความก้าวหน้าในการคมนาคมขนส่ง และติดต่อสื่อสาร จะทำให้เกิดการถ่ายเทวัฒนธรรมได้เร็วยิ่งขึ้น มีการผสมผสานของสถาปัตยกรรมในหลายๆ พื้นที่ จนบางครั้งอาจจะไม่สอดคล้องกับบริบทที่ควรจะเกิดขึ้นก็ตาม หนังสือเล่มนี้จึงได้รวบรวมและแบ่งข้อมูลลักษณะประตู-หน้าต่างตามที่พบออกเป็นภาคต่างๆ เพื่อใช้ค้นหาและอ้างอิง สะดวกและง่ายต่อการเปรียบเทียบองค์ประกอบทางสถาปัตยกรรมที่ปรากฏในทุกภูมิภาคประเทศไทย

Introduction

The diversity of the native Thai architectural heritage reflects many factors: materials, construction techniques, craft skills, traditions, beliefs, economic circumstances, and the society of the various eras. These unique sets of circumstances have cultivated local traditions that have developed a distinctive character through the ages.

Doors and windows are a key element in architecture that distinguish buildings from each other, whether in overall design, details, or function. Sometimes the doors are as distinctive feature as the form and shape of the building itself. Windows in the North have their own particular look, different from those in the South. And palace windows often have exquisite details far more complex than a typical home. Expert craftspersons select elements that best reflect cultural traditions, prevailing customs, and the diversity of architectural design.

With windows and doors, the most common material is wood, because it is easy to work, light-weight, strong, and has good weight-bearing capacity and tensile strength. Suitable wood and construction techniques use dowels above and below the transom with facings that cover the gaps between the windows and the walls, because means Thai doors always open inward.

In addition, one can observe spiritual themes in windows and doors, including symbols that connect the inside to the outside, thereby, separating the private rom the public, dividing the world inside from the world outside. Spiritual considerations influence the choice of symbols and representations, such as angels, guardian spirits, guardian warriors, and nagas (serpents) that climb up the banister, as well as the intricate carved designs and magical symbols above door openings in the North that are meant to ward off evil spirits. There are similar beliefs in many countries, not just Thailand.

Even though modern communications technology makes it possible to disseminate cultural traits rapidly, resulting in the mixing of multifarious local architectural traditions, sometimes they just don't fit the context. This book contains a diverse collection of the doors and windows we encountered in various provinces and can serve as a convenient resource for research and citation when comparing the elements of Thai architecture.

Bangkok

Central

Northern

กรุณาถอดรองเท้า

พิพิธภัณฑ์บ้านวงศ์บุรี
Ban Vongburi Museum

Northeastern

วัดพระธาตุพนม

VITA

Southern

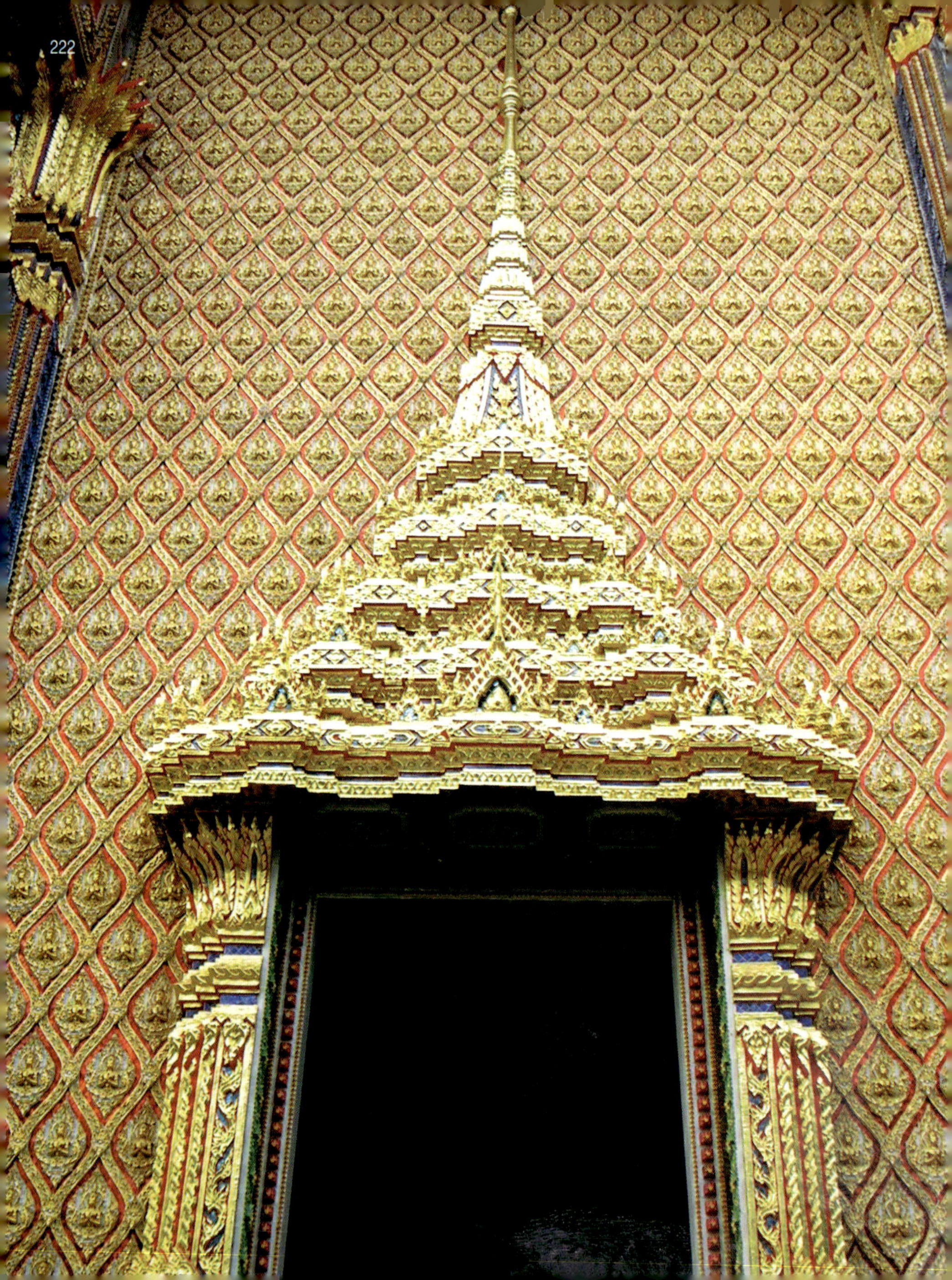

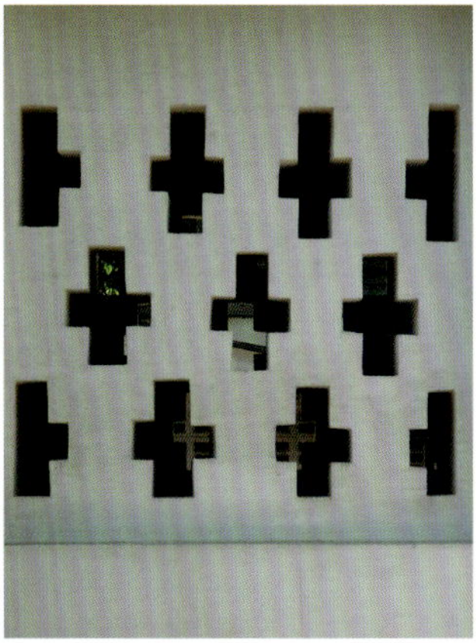

วังใหม่

มัสยิดกลาง จังหวัดปัตตานี
مسجد الجامع الفطاني

Index

๑

12-13 วัดพระศรีรัตนศาสดาราม กรุงเทพฯ
Wat Phrasi Rattana Satsadaram, Bangkok
14-15 วัดราชบพิธสถิตมหาสีมาราม กรุงเทพฯ
Wat Ratchabophit Sathitmahasimaram, Bangkok
16 วัดราชบพิธสถิตมหาสีมาราม กรุงเทพฯ
Wat Ratchabophit Sathitmahasimaram, Bangkok
17 วัดราชบพิธสถิตมหาสีมาราม กรุงเทพฯ
Wat Ratchabophit Sathitmahasimaram, Bangkok
18-19 พิพิธภัณฑสถานแห่งชาติ พระนคร กรุงเทพฯ
National Museum Bangkok, Bangkok
20-21 วัดราชบพิธสถิตมหาสีมาราม กรุงเทพฯ
Wat Ratchabophit Sathitmahasimaram, Bangkok
22 วัดพระศรีรัตนศาสดาราม กรุงเทพฯ
Wat Phrasi Rattana Satsadaram, Bangkok
23 above วัดสุทัศนเทพวราราม กรุงเทพฯ
Wat Suthat Thepwararam, Bangkok
middle วัดสุทัศนเทพวราราม กรุงเทพฯ
Wat Suthat Thepwararam, Bangkok
elow วัดเบญจมบพิตรดุสิตวนาราม กรุงเทพฯ
Wat Benchamabophit Dusitwanaram, Bangkok
วัดบวรนิเวศวิหาร กรุงเทพฯ
Wat Bowon Niwet Wihan, Bangkok
วัดพระศรีรัตนศาสดาราม กรุงเทพฯ
Wat Phrasi Rattana Satsadaram, Bangkok
24 วัดเทพศิรินทราวาส กรุงเทพฯ
Wat Depsirindrawas, Bangkok
25 abo วัดสุทัศนเทพวราราม กรุงเทพฯ
Wat Suthat Thepwararam, Bangkok
mid วัดเทพธิดาราม กรุงเทพฯ
Wat Theptidaram, Bangkok
วัดตรีทศเทพ กรุงเทพฯ
Wat Tri Thotsathep, Bangkok
วัดบวรนิเวศวิหาร กรุงเทพฯ
Wat Bowon Niwet Wihan, Bangkok
below วัดมกุฏกษัตริยาราม กรุงเทพฯ
Wat Makut Kasatriyaram, Bangkok
26 above วัดราชบพิธสถิตมหาสีมาราม กรุงเทพฯ
Wat Ratchabophit Sathitmahasimaram, Bangkok
middle พระเชตุพนวิมลมังคลาราม (วัดโพธิ์) กรุงเทพฯ
Phra Chetuphon Vimolmangklaram (Wat Pho),
kok
below ทรวิหาร กรุงเทพฯ
tharawihan, Bangkok
27 above มบพิตรดุสิตวนาราม กรุงเทพฯ
chamabophit Dusitwanaram, Bangkok
middle พวราราม กรุงเทพฯ
Thepwararam, Bangkok
ศาสดาราม กรุงเทพฯ
attana Satsadaram, Bangkok
ทพฯ
ngkok
below ม กรุงเทพฯ
araram, Bangkok
นาราม กรุงเทพฯ
Dusitwanaram, Bangkok
28-29 ราม กรุงเทพฯ
Dusitwanaram, Bangkok
30-31 วั
Wat ngkok
32-33 วัดรา
Wat R gkok
34-35 วัดราช
Wat Rac
36-37 วัดราชบพิ งเทพฯ
Wat Ratcha simaram, Bangkok

38-39 วัดพระเชตุพนวิมลมังคลาราม (วัดโพธิ์) กรุงเทพฯ
Wat Phra Chetuphon Vimolmangklaram (Wat Pho), Bangkok
ป้อมพระสุเมรุ กรุงเทพฯ
Pom Phra Sumen, Bangkok
42-43 จุฬาลงกรณ์มหาวิทยาลัย กรุงเทพฯ
Chulalongkorn University, Bangkok
44-45 พระบรมมหาราชวัง กรุงเทพฯ
The Grand Palace, Bangkok
46-47 พระที่นั่งอภิเศกดุสิต กรุงเทพฯ
Abhisek Dusit Throne Hall, Bangkok
48-49 ตึกแถวถนนพระลาน กรุงเทพฯ
The Buildings of Na Phralan Road, Bangkok
50-51 วัดราชาธิวาส กรุงเทพฯ
Wat Rachathiwat, Bangkok
52-53 วัดเบญจมบพิตรดุสิตวนาราม กรุงเทพฯ
Wat Benchamabophit Dusitwanaram, Bangkok
54-55 วัดบวรนิเวศวิหาร กรุงเทพฯ
Wat Bowon Niwet Wihan, Bangkok
56-57 พระตำหนักสวนกุหลาบ กรุงเทพฯ
Suan Kularb Residence, Bangkok
58-59 พระที่นั่งวิมานเมฆ และหมู่พระตำหนัก กรุงเทพฯ
Vimanmek Mansion & Current Exhibit, Bangkok
60-61 บ้าน ม.ร.ว. คึกฤทธิ์ ปราโมช กรุงเทพฯ
Ban Mom Ratchawong Kukrit Pramoj, Bangkok
62-63 วัดระฆังโฆสิตาราม กรุงเทพฯ
Wat Rakang Kositaram, Bangkok
64-65 วัดระฆังโฆสิตาราม กรุงเทพฯ
Wat Rakang Kositaram, Bangkok
66-67 วัดราชนัดดาราม กรุงเทพฯ
Wat Ratchanatdaram, Bangkok

๒

70-71 วัดพระศรีรัตนมหาธาตุ จังหวัดพิษณุโลก
Wat Phra Si Rattana Mahathat, Phitsanulok
72-73 วัดจุฬามณี จังหวัดนครสวรรค์
Wat Chula Mani, Nakhon Sawan
74 วัดท่าหลวง จังหวัดพิจิตร
Wat Tha Luang, Phichit
75 Sirimarn vichai Hall, Sukhothai
76-77 Sirimarn vichai Hall, Sukhothai
78 above วัดหนองโพ จังหวัดนครสวรรค์
Wat Nong Pho, Nakhon Sawan
below วัดพระศรีรัตนมหาธาตุ จังหวัดพิษณุโลก
Wat Phra Si Rattana Mahathat, Phitsanulok
วัดทรงธรรม จังหวัดพิจิตร
Wat Song Tham, Phichit
79 วัด จังหวัดอุทัยธานี
Temple,Uthai Thani
80-81 วัดราชบูรณะ จังหวัดพิษณุโลก
Wat Ratburana, Phitsanulok
82-83 วัดราชบูรณะ จังหวัดพิษณุโลก
Wat Ratburana, Phitsanulok
84-85 วัดทรงธรรม จังหวัดพิจิตร
Wat Song Tham, Phichit
86 วัดพระศรีรัตนมหาธาตุ จังหวัดพิษณุโลก
Wat Phra Si Rattana Mahathat, Phitsanulok
87 above วัดพระศรีรัตนมหาธาตุ จังหวัดพิษณุโลก
Wat Phra Si Rattana Mahathat, Phitsanulok
วัดราชบูรณะ จังหวัดพิษณุโลก
Wat Ratburana, Phitsanulok
below วัดราชบูรณะ จังหวัดพิษณุโลก
Wat Ratburana, Phitsanulok
88-89 วัดจุฬามณี จังหวัดนครสวรรค์
Wat Chula Mani, Nakhon Sawan
90-91 วัดพระศรีรัตนมหาธาตุ จังหวัดพิษณุโลก
Wat Phra Si Rattana Mahathat, Phitsanulok

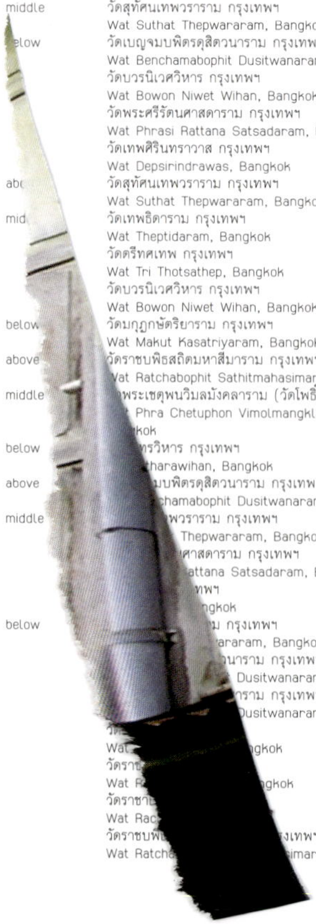

92		วัดพระศรีรัตนมหาธาตุ จังหวัดพิษณุโลก Wat Phra Si Rattana Mahathat, Phitsanulok
93		วัดทรงธรรม จังหวัดพิจิตร Wat Song Tham, Phichit
94-95		เรือนไทย จังหวัดกำแพงเพชร The Thai House, Kamphaeng Phet
96		สำนักงานอุทยานประวัติศาสตร์สุโขทัย จังหวัดสุโขทัย The Office of Sukhothai Historical Park,Sukhothai
97	above	เรือนไทย จังหวัดอุทัยธานี The Thai House, Uthai Thani
		อุทยาน ร.2 จังหวัดสมุทรสงคราม King Rama II Memorial Park, Samut Songkram
	below	พระตำหนักชาลีมงคลอาสน์ จังหวัดนครปฐม Chaleemongkolasana Residence, Nakhon Pathom
		อุทยาน ร.2 จังหวัดสมุทรสงคราม King Rama II Memorial Park, Samut Songkram
98-99		บ้านขุนจำนง จังหวัดสุพรรณบุรี Ban Khun Cham Nong, Suphan Buri
100-101		บ้านขุนจำนง จังหวัดสุพรรณบุรี Ban Khun Cham Nong, Suphan Buri
102-103		พิพิธภัณฑสถานจังหวัดกำแพงเพชร เฉลิมพระเกียรติ จังหวัดกำแพงเพชร The Kamphaeng Phet Province Museum, Kamphaeng Phet
104-105		โรงสีข้าว จังหวัดพิจิตร The Ricemill, Phichit
106-107		พิพิธภัณฑ์พื้นบ้านจ่าทวี จังหวัดพิษณุโลก The Sgt. Maj. Dr.Thavi Folklore Museum, Phitsanulok
108		บ้านพื้นถิ่น จังหวัดพิษณุโลก The Folk House, Phitsanulok
109		บ้านพักเยาวชน จังหวัดพิษณุโลก The Youth Hostel, Phitsanulok
110-111		ยุ้งข้าว จังหวัดพิษณุโลก A Barn, Phitsanulok
112		บ้านพื้นถิ่น จังหวัดพิษณุโลก The Folk House, Phitsanulok
113		บ้านพื้นถิ่น จังหวัดพิจิตร The Folk House, Phichit
114		เถียงนา จังหวัดพิจิตร The Thai-style hut, Phichit
115		หมู่บ้านไทยพวน จังหวัดนครสวรรค์ Thai Phuan Village, Nakhon Sawan

๓

118-119		วัดพระสิงห์ จังหวัดเชียงใหม่ Wat Phra Sing, Chiang Mai
120-121		วัดพระแก้วดอนเต้าสุชาดาราม จังหวัดลำปาง Wat Phra Kaeo Don Tao Suchadaram, Lampang
122-123		วัดพระสิงห์ จังหวัดเชียงใหม่ Wat Phra Sing, Chiang Mai
124-125		วัดพระธาตุจอมกิตติ จังหวัดเชียงราย Wat Phra That Chom Kitti, Chiang Rai
126-127		วัดพระธาตุช่อแฮ จังหวัดแพร่ Wat Phra That Cho Hae, Phrae
128		วัดพระบาทมิ่งเมือง จังหวัดแพร่ Wat Phra Bat Ming Mueang, Phrae
129		วัดพระธาตุช่อแฮ จังหวัดแพร่ Wat Phra That Cho Hae, Phrae
130-131		วัดพระธาตุลำปางหลวง จังหวัดลำปาง Wat Phra That Lampang Luang, Lampang
132-133		วัดภูมินทร์ จังหวัดน่าน Wat Phumin, Nan
134-135		วัดพระธาตุแช่แห้ง จังหวัดน่าน Wat Phra That Chae Hang, Nan
136		วัดอนาลโย จังหวัดพะเยา Wat Analayo, Phayao
137		วัดพระธาตุลำปางหลวง จังหวัดลำปาง Wat Phra That Lampang Luang, Lampang
138		วัดต่อแพ จังหวัดแม่ฮ่องสอน Wat To Phae, Mae Hong Son
139	above	วัดม่วยต่อ จังหวัดแม่ฮ่องสอน Wat Muai To, Mae Hong Son
	below	วัดผาอ่ำ จังหวัดแม่ฮ่องสอน Wat Pha Am, Mae Hong Son
140-141		วัดพระธาตุดอยกองมู จังหวัดแม่ฮ่องสอน Wat Phra That Doi Kong Mu, Mae Hong Son
142		วัดพระธาตุลำปางหลวง จังหวัดลำปาง Wat Phra That Lampang Luang, Lampang
143		วัดต้นเกว๋น จังหวัดเชียงใหม่ Wat Ton Kwen, Chiang Mai
144-145		วัดพระบรมธาตุทุ่งยั้ง จังหวัดอุตรดิตถ์ Wat Phra Borom That Tung Yang, Uttaradit
146		วัดพระธาตุลำปางหลวง จังหวัดลำปาง Wat Phra That Lampang Luang, Lampang
147	above	วัดพระแก้วดอนเต้าสุชาดาราม จังหวัดลำปาง Wat Phra Kaeo Don Tao Suchadaram, Lampang
		วัดพระบาทมิ่งเมือง จังหวัดแพร่ Wat Phra Bat Ming Mueang, Phrae
		วัดพระบาทมิ่งเมือง จังหวัดแพร่ Wat Phra Bat Ming Mueang, Phrae
	middle	วัดพระธาตุลำปางหลวง จังหวัดลำปาง Wat Phra That Lampang Luang, Lampang
		วัดพระธาตุแช่แห้ง จังหวัดน่าน Wat Phra That Chae Hang, Nan
		วัดพระธาตุแช่แห้ง จังหวัดน่าน Wat Phra That Chae Hang, Nan
	below	วัดหลวง จังหวัดแพร่ Wat Luang, Phrae
		วัดพระธาตุแช่แห้ง จังหวัดน่าน Wat Phra That Chae Hang, Nan
		วัดพระธาตุแช่แห้ง จังหวัดน่าน Wat Phra That Chae Hang, Nan
148-149		วัดพระธาตุแช่แห้ง จังหวัดน่าน Wat Phra That Chae Hang, Nan
150-151		บ้านพื้นถิ่น จังหวัดพะเยา The Folk House, Phayao
152		บ้านวงศ์บุรี จังหวัดแพร่ Ban Wongburi, Phrae
153		วัดหลวง จังหวัดแพร่ Wat Luang, Phrae
154		บ้านวงศ์บุรี จังหวัดแพร่ Ban Wongburi, Phrae
155	above	บ้านผู้ว่าราชการจังหวัด จังหวัดอุตรดิตถ์ Uttaradit Provincial Governors Residence, Uttaradit
	below	หอวัฒนธรรม จังหวัดอุตรดิตถ์ Uttaradit Provincial Culture Hall
156-157		บ้านพื้นถิ่น จังหวัดแม่ฮ่องสอน The Folk House, Mae Hong Son
158		บ้านพื้นถิ่น จังหวัดแม่ฮ่องสอน The Folk House, Mae Hong Son
159		วัดจอมสวรรค์ จังหวัดแพร่ Wat Chom Sawan, Phrae
160		วัดเมืองปอน จังหวัดแม่ฮ่องสอน Wat Mueang Pon, Mae Hong Son
161	above	บ้านพื้นถิ่น จังหวัดแม่ฮ่องสอน The Folk House, Mae Hong Son
		วัดต่อแพ จังหวัดแม่ฮ่องสอน Wat To Phae, Mae Hong Son
		วัดต่อแพ จังหวัดแม่ฮ่องสอน Wat To Phae, Mae Hong Son
	middle	วัดต่อแพ จังหวัดแม่ฮ่องสอน Wat To Phae, Mae Hong Son
	below	วัดต่อแพ จังหวัดแม่ฮ่องสอน Wat To Phae, Mae Hong Son

วัดต่อแพ จังหวัดแม่ฮ่องสอน
Wat To Phae, Mae Hong Son
บ้านพื้นถิ่น จังหวัดแม่ฮ่องสอน
The Folk House, Mae Hong Son

162-163 วัดเมืองปอน จังหวัดแม่ฮ่องสอน
Wat Mueang Pon, Mae Hong Son

164 วัดจอมสวรรค์ จังหวัดแพร่
Wat Chom Sawan, Phrae

๔

168-169 พระธาตุพนม จังหวัดนครพนม
Phra That Phanom, Nakhon Phanom

170 พระธาตุพนม จังหวัดนครพนม
Phra That Phanom, Nakhon Phanom

171 above พระธาตุพนม จังหวัดนครพนม
Phra That Phanom, Nakhon Phanom
วัดแก้วยอด จังหวัดมุกดาหาร
Wat Kaeo Yod, Mukdahan

below วัดลัฏฐิกวัน จังหวัดมุกดาหาร
Wat Lat Tikawan, Mukdahan
วัดแก้วยอด จังหวัดมุกดาหาร
Wat Kaeo Yod, Mukdahan

172-173 สิมวัดโพธาราม จังหวัดมหาสารคาม
Sim Wat Pho Tharam, Maha Sarakham

174-175 สิมวัดโพธาราม จังหวัดมหาสารคาม
Sim Wat Pho Tharam, Maha Sarakham

176-177 สิมวัดโพธาราม จังหวัดมหาสารคาม
Sim Wat Pho Tharam, Maha Sarakham

178-179 สิมวัดสระทอง จังหวัดขอนแก่น
Sim Wat Sa Thong, Khon Kaen

180 พระธาตุขามแก่น จังหวัดขอนแก่น
Phra That Kham Kaen, Khon Kaen

181 สิมวัดโพธิ์ศรี จังหวัดขอนแก่น
Sim Wat Pho Si, Khon Kaen

182-183 วัดมโนภิรมย์ จังหวัดมุกดาหาร
Wat Mano Phirom, Mukdahan

184 วัดโอกาส จังหวัดนครพนม
Wat Okat, Nakhon Phanom

185 สิมวัดโพธิ์ศรี จังหวัดขอนแก่น
Sim Wat Pho Si, Khon Kaen

186-187 วัดทองนพคุณ จังหวัดมหาสารคาม
Wat Thong Nopphakun, Maha Sarakham

188-189 วัดพุทธสีมา จังหวัดร้อยเอ็ด
Wat Phuttha Sima, Roi Et

190-191 วัดจักรวาลภูมิพินิจ จังหวัดร้อยเอ็ด
Wat Chakkrawan Phum Phinit, Roi Et

192-193 วัดจักรวาลภูมิพินิจ จังหวัดร้อยเอ็ด
Wat Chakkrawan Phum Phinit, Roi Et

194 วัดนกออก จังหวัดนครราชสีมา
Wat Nok Ok, Nakhon Ratchasima

195 สิมวัดแจ้ง จังหวัดอุบลราชธานี
Sin Wat Chaeng, Ubon Ratchathani

196-197 วัดศรีฐาน จังหวัดร้อยเอ็ด
Wat Si Than, Roi Et

198-199 วัดศาลาลอย จังหวัดนครราชสีมา
Wat Sala Loi, Nakhon Ratchasima

200-201 วัดทุ่งศรีเมือง จังหวัดอุบลราชธานี
Wat Thung Si Mueang, Ubon Ratchathani

202-203 วัดมหาธาตุ จังหวัดยโสธร
Wat Maha That, Yasothon

204-205 วัดนกออก จังหวัดนครราชสีมา
Wat Nok Ok, Nakhon Ratchasima

206-207 วัดสระไตรนุรักษ์ จังหวัดยโสธร
Wat Sa Trainurak, Yasothon

208-209 สถาบันวิจัยวลัยรุกขเวช จังหวัดมหาสารคาม
Walai Rukkhawet Research Institute,
Maha Sarakham

210 above สถาบันวิจัยวลัยรุกขเวช จังหวัดมหาสารคาม
Walai Rukkhawet Research Institute,
Maha Sarakham

middle บ้านพื้นถิ่น จังหวัดนครราชสีมา
The Folk House, Nakhon Ratchasima
สถาบันวิจัยวลัยรุกขเวช จังหวัดมหาสารคาม
Walai Rukkhawet Research Institute, M
aha Sarakham
วัดนกออก จังหวัดนครราชสีมา
Wat Nok Ok, Nakhon Ratchasima

below พิพิธภัณฑ์เกวียน จังหวัดนครราชสีมา
Cart Museum (Kwian), Nakhon Ratchasima

211 สถาบันวิจัยวลัยรุกขเวช จังหวัดมหาสารคาม
Walai Rukkhawet Research Institute,
Maha Sarakham

212 ปราสาทเมืองต่ำ จังหวัดบุรีรัมย์
Prasat Mueang Tam, Buriram

213 ปราสาทหินพนมรุ้ง จังหวัดบุรีรัมย์
Prasat Hin Phanom Rung, Buriram

214-215 ปราสาทเมืองต่ำ จังหวัดบุรีรัมย์
Prasat Mueang Tam, Buriram

216 ปราสาทหินพนมรุ้ง จังหวัดบุรีรัมย์
Prasat Hin Phanom Rung, Buriram

๕

220-221 วัดพระบรมธาตุไชยา จังหวัดสุราษฎร์ธานี
Wat Phra Borom That Chaiya, Surat Thani

222 วัดพะโคะ จังหวัดสงขลา
Wat Pha Kho, Songkhla

223 above วัดมัชฌิมาวาส จังหวัดสงขลา
Wat Matchimawat, Songkhla

middle วัดเขียนบางแก้ว จังหวัดพัทลุง
Wat Khian Bang Kaeo, Phatthalung
วัดวัง จังหวัดพัทลุง
Wat Wang, Phatthalung
วัดสุนทราวาส จังหวัดพัทลุง
Wat Suntharawat, Phatthalung

below วัดพระมหาธาตุ จังหวัดนครศรีธรรมราช
Wat Phra Maha That, Nakhon Si Thammarat
วังเจ้าเมืองพัทลุง จังหวัดพัทลุง
Phatthalung Governors Residence, Phatthalung
วัดป่าลิไลยก์ จังหวัดพัทลุง
Wat Pa Lilai, Phatthalung

224-225 วัดมัชฌิมาวาส จังหวัดสงขลา
Wat Matchimawat, Songkhla

226-227 วัดแจ้ง จังหวัดนครศรีธรรมราช
Wat Chaeng, Nakhon Si Thammarat

228 วัดสะทิงพระ จังหวัดสงขลา
Wat Sating Phra, Songkhla

229 วัดสวนหลวง จังหวัดนครศรีธรรมราช
Wat Suan Luang, Nakhon Si Thammarat

230 วัดพระมหาธาตุ จังหวัดนครศรีธรรมราช
Wat Phra Maha That, Nakhon Si Thammarat

231 วัดสุนทราวาส จังหวัดพัทลุง
Wat Suntharawat, Phatthalung

232-233 วัดมะม่วงหมู่ จังหวัดสงขลา
Wat Ma Muang Mu, Songkhla

234-235 วัดเขียนบางแก้ว จังหวัดพัทลุง
Wat Khian Bang Kaeo, Phatthalung

236 วัดวัง จังหวัดพัทลุง
Wat Wang, Phatthalung

237 above วัดเขียนบางแก้ว จังหวัดพัทลุง
Wat Khian Bang Kaeo, Phatthalung
วัดห้วยลึก จังหวัดพัทลุง
Wat Huai Luek, Phatthalung
วัดเขียนบางแก้ว จังหวัดพัทลุง
Wat Khian Bang Kaeo, Phatthalung